વિવેક બુદ્ધિ

મિહિર જાગૃતિ વોરા

આ પુસ્તક હું મારા માતા પિતા , મોટા ભાઈ ભાભી અને નાની પ્રિય ભત્રીજી ને અર્પણ કરું છું .

સામગ્રી

પ્રસ્તાવના

આ પુસ્તક માં મારા આજકાલ દૈનિક માં આવેલા મારી કોલમ એક નઝર ના લેખ છે. ૨૦૦૫ થી ૨૦૧૮ સુધી મારા લેખ આ કોલમ માં આવ્યા હતા.

સ્વીકૃતિઓ

આ પુસ્તક માં મારા આજકાલ દૈનિક માં આવેલા મારી કોલમ એક નઝર ના લેખ છે આ માટે હું આજકાલ દૈનિક ના મેનેજમેન્ટ , તંત્રી , ટ્રસ્ટી અને તમામ પત્રકાર અને સ્ટાફ નો આભાર માનું છું .૨૦૦૫ થી ૨૦૧૮ સુધી મારા લેખ આ કોલમ માં આવ્યા હતા.

આ પુસ્તક માટે में વિવિધ લેખ આધારિત માહિતી વિકિપીડિયા ,લેખ ને લાગતા આવેલા વિવિધ અખબારી અહેવાલ અને જે તે લેખક ના લેખ ના સંદર્ભો નો સહારો લીધો છે તે સૌ નો હું આભાર માનું છું .

અનુક્રમણિકા

૧

સમાજ મા આત્મગૌરવનું શિક્ષણ

મિત્રો આજે ટીવી મા રીયાલીટી શો અને અખબારો મા પાસ થયા તેના અભિનંદન ના ફોટાઓની ભરમાર છે તેના કારણે સમાજ મા અનેક વાલિઓ અને નાના બાળકો ભયકર તાણ અનુભવે છે .

અને ચીત્ર વિચીત્ર રીતેં રીયાલીટી શો અને અખબારો માફોટાઓ માટે માન અપમાન ગિરવે મુકિને ચમક્યા કરે છે, ત્યારે સમાજનો એક વર્ગ કોઇ પણ જાત નિ લઘુતાગ્રંથિ અનુભવ્યા વગર પોતાનુ અને દેશનુ નામ રોશન કરે છે.આ લેખ આવા આત્મગૌરવ અનુભવતા લોકો ને સમર્પિત છે.ચારે તરફ નજર કરીએ, છાપાં વાંચીએ, ટી.વી. જોઈએ, તો શુંનજરેપડેછે?લાગે છે કે ચારે તરફ ધુમ્મસ જેમ લઘુતાગ્રંથિ પ્રસરી ગઈ હોય તેવો આભાસ થાય છે.

લઘુતાગ્રંથિએટલેશું?એટલે સતત પોતાનો પ્રચાર કરવો. સતત પોતાનો સ્વીકાર થયા કરે તે માટે હવાતિયાં માર્યાં કરવાં. હું છું, હોં ની જાહેરાત કરવી. સતત ક્યાંયથી પણ સન્માન થાય તેની હાયવોય કર્યા કરવી.

સતત છાપામાં કે ટી.વી. પર પોતાનો ફોટો આવે તે માટે શ્રમ કરવો ! થોડા દિવસ જાય અને આમાંથી કંઈ પણ ન થાય, તો ભયંકર તાણ અનુભવવી. લઘુતાગ્રંથિ એટલે પોતા પર શ્રદ્ધા ઓછી હોવી.

બીજા દ્વારા સ્વીકાર થાય કે સન્માન થાય તો જ આત્મવિશ્વાસ અનુભવવો. કશા પણ બાહ્ય આધાર વિના, બાહ્ય સ્વીકાર વિના પણ, પોતાનો અહેસાસ હોવો, પોતા પર શ્રદ્ધા હોવી, આત્મઆનંદ હોવો, એ જે આત્મગૌરવ હોય તેનો સર્વત્ર અભાવ જોવા મળે છે. લગભગ દુનિયામાં આવું જોવા મળે છે.

અત્યારે મહાજનોની સ્થિતિ ખૂબ દયામણી દેખાય છે. સતત સ્વીકારની ઝંખના તેમને સતત હેરાન કરે છે. તે માટે વ્યર્થ પ્રસંગો કે ઘટનાઓ ઊભી કરીને પણ પોતાનું હોવાપણું સાબિત કર્યા કરવું પડે છે. જાણીતા લેખક હરેશ ધોળકિયા આવિ અનેક વાતો પોતાના લેખ વટવાળા કોને કહેવાય?

નવચેતન સામાયિક (૧૨) મા લખિછે.આમાં આત્મગૌરવનું સતત હનન થાય છે. વટવાળા હોવાનો આનંદ નથી મળતો. વટવાળા હોવું એટલે બીજા જે વિચારે, સ્વીકાર કરે કે ન કરે, સન્માન કરે કે ન કરે, બોલાવે કે ન બોલાવે, છતાં પોતામાં મસ્ત રહેવું. એનો અર્થ એ નથી કે કશું ન કરવું. બધું જ કરવું. સ્વીકાર થાય તો સ્વીકારવો. સન્માન થાય તો લેવું. પણ, કદાચ ન થાય, તો લઘુતાગ્રંથિ ન અનુભવવી.તેવિનાપણમસ્તીમાંરહેવું.તેનીમસ્તીઅદ્ભુતછે.

પણ આવું નથી અનુભવી શકાતું તેનું કારણ એ છે કે આત્મગૌરવનું શિક્ષણ જ નથી અપાતું. આત્મમસ્તીની કેળવણી નથી અપાતી. સાથે આપણા સામે લોકો પણ એવા જોવા મળે છે જે આ બધા માટે વલવલતા હોય.

દયામણા દેખાતા હોય. છાપાં-ટી.વી. પણ આત્મગૌરવવાળા લોકોની મજાક ઉડાવે છે. તેમને ઉતારી પાડે છે અને આપણે તો છાપા કે ટી.વી.ના અભિપ્રાયો પર જ જીવતા હોવાથી તે કહે કે લખે તેને જ સાચું માની લઈએ છીએ. માટે આવા લોકોના ગૌરવને સમજી શકતા નથી.

આપણને શાહરુખ, સલમાન, ધોની, સચીન જેવા સતત પબ્લિસિટી ઈચ્છતા લોકો દેખાય છે. પણ ક્યારેય શ્રીધરન, વિનોબા, કલામ, ગોપાલ ગાંધી વિશે જાણીએ છીએ ? ક્યારેય તેમને સમજવાનો પ્રયાસ કરીએ છીએ ? શ્રીધરને શું અને કેટલું વિશાળ અને અદ્ભુત કામ કર્યું છે ? આપણે તો નેતાઓ શું બકબક કરે છે કે ક્રિકેટરો કે ઍક્ટરો શું કમાય છે કે ટ્વીટર પર શું એલફેલ લખે છે તે જ વાંચીએ છીએ !

પરિણામે આત્મગૌરવનું મહત્વ સમજી નથી શકતા. પણ આપણા દેશે આવા આત્મગૌરવથી છલકાતા અનેક લોકો આપ્યા છે જેને જાણીએ તો છાતી ફૂલી ઊઠે. આપણો ઇતિહાસ આવા લોકોનાં ઉદાહરણોથી છલકાય છે.દક્ષિણ ભારતમાં એક માણિક્યવાચકર નામના મહાપુરુષ થઈ ગયા. તે તત્કાલીન રાજાના મુખ્ય પ્રધાન હતા. ઉત્તમ વહીવટદાર હતા. પણ તેમણે જોયું કે સત્તા પર ખાસ સેવા નહીં થઈ શકે. રાજસત્તાથી જીવન બદલી ન શકાય ! પરિણામે એક પળમાં તેમણે સત્તા છોડી દીધી અને ફકીર થઈ ગયા. તેમને ત્યારના વિદ્વાનો અને રાજનીતિજ્ઞોએ મદદ કરવા માંડી.

પણ માણિક્યવાચકરે એ પણ જોયું કે આવા લોકો પણ દુનિયાનું કશું ભલું કરી શકતા નથી. મોટા ભાગના લપોડશંખ હોય છે ! વાતો ખૂબ, કામ શૂન્ય

! તેમણે તે બધાનો સાથ પણ છોડી દીધો. કેવળ ઈશ્વરાધીન થઈ કામ કરવા લાગ્યા. તેમને શું તકલીફ પડી હશે તેની કલ્પના જ કરવી રહી. સત્તાધારી અને ચતુર લોકોને અવગણવા એટલે તેમની કેટલી હેરાનગતિ ભોગવવી પડે તે તો આવા લોકો જ જાણી શકે.

પણ એમણે તો એકલપંડે કામ કર્યું. સમગ્ર તામિલનાડુમાં ફરતા રહ્યા. સેવા કરતા રહ્યા. પરિણામ એ છે કે આજે વર્ષો પછી પણ તેમનો પ્રભાવ તામિલનાડુના લોકો પર છે. આને કહેવાય વટવાળા !તેલુગુમાં સંત 'પોતાના' થઈ ગયા. તે વિદ્વાન હતા, પણ કામ તો ખેતીનું જ કરતા. સાથે ભાગવત પણ લખતા. જ્યારે આ ગ્રંથ પૂરો થયો, ત્યારે બધાએ (એટલે કે વ્યવહારુ લોકોએ !) તેને સલાહ આપી કે આ ભાગવત રાજાને અર્પણ કરવું. પોતાનાએ એક ઝાટકે ના પાડી દીધી અને કહ્યું કે આ તો કૃષ્ણની ગાથા છે. રાજાને શા માટે અર્પણ કરે ?

કુદરતી છે કે રાજા નારાજ થઈ ગયો. પણ આ વટવાળાએ તેની પરવા ન કરી. તેમણે રાજસત્તાની હાલત જોઈ હતી અને જાણતા હતા કે રાજા સત્તા ચલાવી શકે, પણ લોકોના હૃદયનું પરિવર્તન ન કરી શકે. એટલે તે તેનાથી અલિપ્ત જ રહ્યા. એવા જ મહારાષ્ટ્રમાં સંત તુકારામ થયા. ખુદ શિવાજી મહારાજ તેમનાથી પ્રભાવિત હતા.

એક વાર તે તુકારામનું કીર્તન સાંભળવા આવ્યા. સાંભળી ખૂબ ખુશ થયા. તેમને થયું કે તુકારામનો સત્કાર કરવો જોઈએ. એટલે શિવાજીએ તેમના માટે ઘોડા, પાલખી, ધન વગેરે મોકલ્યાં. તુકારામ તો દુ:ખી થઈ ગયા. શિવાજીને કહે કે –મેં ક્યા પાપ કર્યાં છે કે આમ હેરાન કરો છો ? શિવાજી તો નવાઈ પામ્યા.

તુકારામે કહ્યું કે સત્તાથી તો જનતા પર દબાણ આવે છે. તેના પરિણામે સારા થવાના બદલે બૂરાઈને વશ થઈ જવાય છે. તેમણે આ બધાનો અસ્વીકાર કર્યો. શિવાજી ચકિત થઈ ગયા. તેમણે ખૂબ મનાવવાનો પ્રયાસ કર્યો, પણ તે ન જ માન્યા.ભારતને સ્વાતંત્ર્ય મળ્યું પછી ઓરિસ્સામાં ગાંધીના સાથી નવકૃષ્ણ ચૌધરી મુખ્ય પ્રધાન બન્યા.

તે તો બનવા માગતા ન હતા, પણ બધાનો આગ્રહ થતાં બનવું પડ્યું. પણ તેમણે જોયું કે સત્તાથી લોકોનાં દિલ બદલી શકાતાં નથી. એટલે તેમણે એક ઝાટકે મુખ્ય પ્રધાનપદ છોડી દીધું અને ત્યારે વિનોબાજી દ્વારા ચાલતી ભૂદાન ચળવળમાં જોડાઈ ગયા.

ગુજરાતના એક સાહિત્યકારે નક્કી કર્યું કે ચાલીસ વર્ષ પછી બધું છોડી તે સાહિત્યની સેવા જ કરશે. તે ખૂબ ઉત્તમ વહીવટદાર હતા. ઉત્તમ કાર્યો પણ કર્યાં હતાં. પણ ચાલીસ વર્ષ થયાં અને બધું છોડી દીધું. આ સમાચાર કેટલાક રાજાઓને મળ્યા. બધા જ તેમની બુદ્ધિનો લાભ લેવા માગતા હતા. બધાએ

તેમને પોતાને ત્યાં જોડાવા આગ્રહ કર્યો, પણ તે ના જ પાડતા રહ્યા.

એક રાજાએ તો તેમને ખૂબ જ ઊંચો પગાર ઑફર કર્યો, છતાં તેમણે ના પાડી, ત્યારે રાજા ઉશ્કેરાઈને બોલ્યા, પંડિતજી, યાદ રાખજો કે તમને આટલો ઊંચો પગાર કોઈ નહીં આપે. તે સાહિત્યકારે ઠંડકથી જવાબ આપ્યો કે, રાજાસાહેબ, તમે પણ યાદ રાખજો કે આટલો ઊંચો પગાર નકારનારો પણ તમને નહીં મળે.

આ છે આત્મગૌરવ.આજે ચારે બાજુ મૂડીવાદનો ભરડો વધતો જાય છે. પૈસા જ મહત્વના બનતાં જાય છે. આપણે સદીઓ સુધી અભાવગ્રસ્ત રહ્યા છીએ. હવે અચાનક બધા પાસે ધન વધતું જાય છે. અભાવગ્રસ્તતા વ્યક્તિને લોભી બનાવે છે. લોભ વ્યક્તિને લાચાર બનાવે છે.

પોતાનું મહત્વ માત્ર ધનથી જ છે તેવા ભ્રમમાં તે રહે છે. માટે ગમે તેમ કરીને પણ ધન મેળવવા પ્રયાસ કરે છે. જ્યારે આત્મગૌરવને ધન કે વિદ્વત્તા કે પદ કે સ્ટેટ્સ વગેરે સાથે જોડી દેવાય, ત્યારે વ્યક્તિનું આત્મગૌરવ તૂટી પડે છે. તો પછી તે સ્વીકૃતિ મેળવવા જે હાયવોય કરે છે,

ફાંફાં મારે છે, દોડાદોડ કરે છે, તેને પરિણામે તેની સ્થિતિ હાસ્યાસ્પદ બની જાય છે. અત્યારે આવી જ સ્થિતિ જોવા મળે છે. ટી.વી. પર નેતાઓની હાંસી કરાય છે, મજાક કરાય છે, છતાં તેઓ હોંશથી ભાગ લે છે. કારણ ? ટી.વી. પર તો આવે છે ! લાખો લોકો તેમને જુએ તો છે ! ભલે ને હસતા હોય ! તે દશ્ય અત્યંત કરુણ હોય છે.

મૂડીવાદ ખરાબ નથી. પૈસા પણ ખરાબ નથી. સ્વીકૃતિ થવી પણ અયોગ્ય નથી. પણ તે આત્મગૌરવના ભોગે મેળવાય તે અયોગ્ય છે. વ્યક્તિ યોગ્ય કાર્ય કરશે, સેવા કરશે, અભ્યાસી બનશે, કોઈ સિદ્ધિ મેળવશે, તો આપોઆપ સન્માન મળશે જ. પણ કદાચ ન મળે, તો એમ માનવાની જરૂર નથી કે પોતે બરાબર નથી.

તે માટે આત્મગૌરવ વેચવાની જરૂર નથી. લાચાર થવાની જરાપણ જરૂર નથી. દરેક વ્યક્તિ વિશિષ્ટ છે. દરેકમાં કોઈ ને કોઈ શક્તિ છે. આ સત્ય જાણી લેવામાં આવે, તો સ્વસ્થ રહેવાશે. આત્મગૌરવ વિનાના રાજા કે નેતા કે પંડિત પણ દયામણા છે. આત્મગૌરવવાળા ફકીર કે ભિખારી પણ વટવાળા છે.

2

મનુષ્યને મળેલ ઉત્તમ ભેટ વિવેકબુદ્ધિ નો ઉપયોગ

સ્વતંત્ર વિચારશક્તિ અને વિવેક બુદ્ધિ એ મનુષ્યને મળેલ ઉત્તમ ભેટ છે પણ આપણે સ્વેચ્છાએ આપણી વિવેકબુદ્ધિ અને વ્યક્તિતાને ધર્મને ચરણે ધરી દઈએ છીએ.

આપણે સતત, રાત-દિવસ, ઊઠતાં બેસતાં, સંસ્કૃતિનાં ગુણગાન ગાતાં રહીએ છીએ, આપણી કહેવાતી સિદ્ધિઓ વિશે વારંવાર આપણે આપણી પીઠ થાબડીએ છીએ અને આપણી જાતને પ્રમાણપત્ર આપતા રહીએ છીએ.

પશ્ચિમી સંસ્કૃતિ પતિત છે ત્યાં નૈતિક મૂલ્યો નથી, આધ્યાત્મિક સુખ નથી, મનની શાંતિ નથી અને આપણે ત્યાં ધર્મ છે, આધ્યાત્મિકતા છે, મનની શાંતિ છે, એવી 'થિયરી'નો પ્રચાર આપણે ઢોલ વગાડીને વર્ષોથી કરતા આવ્યા છીએ. આપણા ગામો અને શહેરોમાં સતત નવાં નવાં મંદિરો, દેરાસરો ઊભાં થતાં રહે છે,

એના ઉદ્ઘાટન સમારંભો યોજાય છે એના ઉપર વિમાનોમાંથી પુષ્પવૃષ્ટિ કરવામાં આવે છે. ધાર્મિક શોભાયાત્રાઓ અને શતાબ્દીઓ અને દ્વિશતાબ્દીઓ પાછળ પણ અઢળક ધન ખર્ચાય છે અને હવે તો સરકાર પણ એમાં જાહેર તંત્ર અને સગવડો આપે છે.

આવી ધાર્મિકતાના જાહેર પ્રદર્શનના પડદા પાછળ આપણે ત્યાં કેવો અધર્મ સતત, બિનરોકટોક, બેશરમ રીતે ચાલે છે? કુરિવાજો ક્રૂરતા, બર્બરતાને ધર્મના

નામે આપણે રક્ષણ આપીએ છીએ. દરેક પ્રકારની કુરૂઢિને પરંપરા અને ધર્મના આદેશનું કવચ ઓઢાડી દઈએ છીએ. કોઈ સ્ત્રીના પતિના મૃત્યુ સાથે ધાર્મિક આસ્થાને જોડી દેવાય એટલે પત્યું!

કોઈ સ્ત્રીને એનો પતિ ત્યજી દે છતાં એને ભરણપોષણ મળતું હોય તે અમાનવીય રીતે બંધ કરી દેવામાં આવે અને એથી પાછળ ધર્મના આદેશનું બહાનું ધરવામાં આવે. ધર્મને નામે જાહેર જમીન મિલકતો ઉપર પેશકદમી કરવાની છૂટ. ધર્મના નામે રસ્તાની વચ્ચે બધાને નડે એ રીતે કોઈ ધર્મસ્થાન ઉભું કરી શકાય.

ધાર્મિક પર્વોની ઉજવણીના નામે ધોંધાટ અને કોલાહલ સર્જી શકાય. ઉત્સવોને નિમિત્ત બનાવીને અમૂલ્ય લાકડું અને બળતણનો વ્યય કરી શકાય. આખા રસ્તાઓ બંધ કરી શકાય. એક ધર્મસ્થાનમાં એક મોટા વાસણમાં પકવેલું ભોજન ખાવા લોકો એ વાસણમાં આખા અંદર ઉતરી જાય છે!

આપણે માણસ સિવાય દરેક પ્રાણીને પૂજીએ છીએ. પથ્થરને પણ પૂજીએ છીએ. એક પશુની હત્યા થાય એટલે ગામ આખામાં તંગદિલી ફેલાય એને પગલે જે તોફાનો ફાટી નીકળે એમાં થોડા માણસો મરે ત્યારે એ તંગદિલી હળવી થાય! ધર્મ પ્રગટ્યો ત્યારે એક વિધાયક ઘટના તરીકે પ્રગટ્યો હતો. આજના વિશ્વમાં ધર્મ જેવી નકારાત્મક ઘટના કોઈ નથી. ધર્મે માણસમાં રહેલા એના પોતીકા વ્યક્તિત્વને મારી નાખ્યો. એના સ્વત્વને હણી લીધું. એની ખુદ્દારી અને ખુમારીને ખતમ કરી નાખી. કદાચ એટલે જ ગાલિબે કહ્યું હતું, 'બંદગી મેં મેરા ભલા ન હુઆ.'

આપણે આપણા પડોશીના ઘરમાં પ્રવેશ કરતાં પહેલાં એનો ધર્મ, જ્ઞાતિ, પ્રદેશ, બધું બરાબર જાણી લઈએ છીએ. એના ઘરનું પાણી પિવાય એમ છે કે નહિ, એને ધર્મની સરાણ ઉપર ચડાવીને નક્કી કરી લઈએ છીએ. આવા પરિચય, આવા મિલનમાં માત્ર ઔપચારિકતા અને દંભ સિવાય કશું હોતું નથી. ધર્મ માણસને જોડે કે જુદા પાડે? ધર્મ માણસને એના પછાતપણા અને પ્રાકૃતપણાની કેદમાંથી બહાર આવવા દેતો નથી.

જે દેશમાં દરરોજ ક્યાંક ને ક્યાંક ધર્મને નામે બે પાંચ માણસોને મારી નાખવામાં આવે, એ દેશને ધાર્મિક કહેવડાવાનો અધિકાર ખરો? જે દેશમાં દરરોજ કોઈને કોઈ ખૂણે પોલીસ ગોળીબારમાં બે-પાંચ માણસો મરી જતા હોય એ પ્રજાને પોતાને શાંતિપ્રિય તરીકે ઓળખાવવાનો અધિકાર ખરો?

આપણી કહેવાતી આધ્યાત્મિકતા તો હવે મશ્કરીનો વિષય બની ગઈ છે. ભારતના લોકો લાખોની સંખ્યામાં અમેરિકા અને અખાતના દેશોમાં જાય એને ભુલાવી દઈને ત્યાંથી બે-પાંચ માથા ફરેલા લોકો આપણા દેશમાં આવીને કોઈ

ધર્મગુરુના ચેલા બને ત્યારે આપણે આપણી આધ્યત્મિકતાનું ગર્વ લેવા માંડીએ છીએ!

પણ એ ધર્મગુરુ પોતે એરકન્ડિશન મશીન, રેફ્રિજરેટર અને ટેલિવીઝનની સંસ્કૃતિમાં રાચતા હોય છે! એમને ધર્મનો પ્રચાર કરવા માટે પશ્ચિમનાં બધા ભૌતિક સાધનસગવડોની ગરજ રહે છે! વિડિયો ઉપર કથા સાંભળીને મેળવેલું પુણ્ય કેટલું તકલાદી ગણાય!દરેક ચીજનો વેપાર કરનાર આપણી પ્રજાએ ધર્મને પણ નથી છોડ્યો.

મંદિરોમાં પ્રભુની આરતી અને પ્રસાદના પણ જુદા જુદા ભાવ નક્કી કરીને એનું પાટિયું મારવામાં આવે છે! પ્રભુના ઘરમાં પણ પૈસાની બોલબાલા! પુણ્યનો પણ ચડાવો થાય અને પૈસાદાર વધુ પૈસા ખરચીને વધુ પુણ્ય ખરીદે. આજના ધાર્મિકસ્થાનો પણ મોટાં સ્થાપિત હિતો બની ગયાં છે. એમની આવક અને મિલકત ઉપરથી એમની મહત્તા નક્કી થાય છે. માણસ માણસ વચ્ચે ધર્મની દીવાલ આવીને ઊભી રહી ગઈ છે.

ધર્મનાં સ્થાનો ઉપર અધર્મીઓએ અડ્ડો જમાવ્યો છે. આજના ધર્મ ઉપદેશકો પણ જનસંપર્ક અને પ્રચારના આધુનિક કીમિયા અજમાવે છે અને ધર્મસ્થાનોને ફિલ્મી મનોરંજનની કક્ષાએ લઈ જઈને લોકરંજન કરે છે. આવી કથાઓ સાંભળવા જવું એ ફેશન બન્યું છે. બધા પયગંબરો આજના ધર્મની અવદશા જોઈ શકત તો એકસામટા પોતાના ધર્મગ્રંથોને પાછા ખેંચી લેત. આપણાં દુઃખ-દર્દીનું ઓસડ ધર્મના એજન્ટો પાસે નથી એ સત્ય આપણને ક્યારે સમજાશે?

જો ધર્મસ્થાનો, પૂજાપાઠ અને હોમહવનોથી કલ્યાણ થતું હોય તો આપણા દેશમાં તો સ્વર્ગ ઊતર્યું હોત. સેંકડો સંપ્રદાયો અને પંથોવાળા દેશમાં શેરીએ શેરીએ ધર્મગુરુઓ, સાધુઓ, ફકીરો જોવા મળે છે. ડગલે ને પગલે મંદિર, મસ્જિદ જોવા મળે છે. નીતનવા સ્થળોએ ધૂન-ભજનો થાય છે, કથા થાય છે.

દરેક નવું કામ ધાર્મિક વિધિથી થાય છે. ભૂમિપૂજનની સાથે આપણે ચોપડાનું પણ પૂજન કરીએ છીએ! આવા દેશમાં ગરીબી અને ભૂખમરો શા માટે હોય? આવા દેશમાં શા માટે વરસાદ જ ન પડે? શા માટે કુદરત આપણા ઉપર જ રૂઠે? આવા સામાન્ય સવાલો આપણે આપણી જાતને પૂછતા નથી અને જેમ હતાશ થઈએ તેમ વધુ ને વધુ ધાર્મિક ક્રિયાકાંડોને શરણે જઈએ છીએ.

મોરબીનાં બધાં ઘરોમાં પ્રવેશતાં પહેલાં લોકોએ ભૂમિપૂજન કર્યું હતું અને ભોપાલમાં ગેસ દુર્ઘટના સર્જાઈ એ દિવસે દોઢસો લગ્નનું મુહૂર્ત નક્કી થયું હતું! જન્મકુંડળી મેળવીને થતાં લગ્નો પણ છ માસમાં તૂટીજાયછે!સ્વતંત્ર વિચારશક્તિ અને વિવેક બુદ્ધિ એ મનુષ્યને મળેલ ઉત્તમ ભેટ છે પણ આપણે સ્વેચ્છાએ આપણી વિવેકબુદ્ધિ અને વ્યક્તિતાને ધર્મને ચરણે ધરી દઈએ છીએ.

ગેલેલિયો અને કોપરનિક્સે પોતાની વિવેકબુદ્ધિ અધર્મને ચરણે ધરી દીધી નહોતી.

એમ હોત તો ઔદ્યોગિક ક્રાંતિનો પાયો જ ન મંડાત અને આપણે કમ્પ્યુટર યુગમાં પ્રવેશ્યા ન હોત. ધર્મ કશુંક પ્રાપ્ત કરવાનું સાધન કે માધ્યમ બની શકે, પણ એ સાધ્ય કદી બની શકે નહીં. રામજન્મભૂમિ અને બાબરી મસ્જિદની ચિંતા અયોધ્યાવાસીઓને નથી એટલી બહારના લોકોને છે!

જ્યારે આ પ્રશ્ને કેટલાંક શહેરોમાં 'ધર્મયુદ્ધ' ખેલાઈ રહ્યું હતું ત્યારે અયોધ્યામાં સંપૂર્ણ શાંતિ પ્રવર્તતી હતી! મસ્જિદ અને મંદિરમાં એકસરખો પથ્થર, સિમેન્ટ અને પાણી વપરાય છે... પણ ધર્મના ટેકેદારો જ તે દહાડે મુસ્લિમ પથ્થર અને હિંદુ પથ્થરનું નિર્માણ કરશે! ડૉક્ટરને ત્યાં આવતા દર્દીઓમાં મુસ્લિમ કેન્સર અને હિંદુ કેન્સરનું વર્ગીકરણ હોતું નથી! છતાં, આપણે 'પારસી મરણ' અને 'હિંદુ મરણ' જેવા લેબલ વડે મરણને પણ ધર્મશુદ્ધ બનાવ્યું છે!

દુષ્કાળગ્રસ્ત દેશમાં ૨૧ લાખ રૂપિયાની રકમ હોમહવનમાં વાપરી શકાય છે અને વડાપ્રધાન જેવી વ્યક્તિ પણ એનો આશ્રય લઈ શકે છે! સુપર કમ્પ્યુટરનો ઉપયોગ કદાચ આવા યજ્ઞો કઈ જગ્યાએ કરવા અને ક્યારે કરવા જોઈએ એ જાણવા માટે થશે. ધર્મનું વિજ્ઞાન અને યજ્ઞની ટેકનોલોજી! આપણે દુનિયાને ઘણું નવું આપી શકીએ તેમ છીએ. દુનિયાના બે ધાર્મિક દેશો ધર્મના રક્ષણ માટે દસેક વર્ષથી લડાઈ ખેલી ચૂક્યા છે અને લાખો નિર્દોષ લોકો મોતના મુખમાં ધકેલી ચૂક્યા છે.

કરસનદાસ મૂળજીએ એકવાર ધર્મને નામે સ્ત્રીના શિયળ ઉપર થતું આક્રમણ રોકવા માટે જેહાદ જગાવવી પડી હતી. પોતાના દંભને ન્યાયી ઠેરવવા માટે ધર્માચાર્યોએ ખોટા શ્લોકો ઘડી કાઢ્યા હતા! લોકો આવકવેરામાંથી મુક્તિ મેળવવા માટે ધર્મસ્થાનોને દાન આપે છે. પૈસા આપીને પુણ્ય ખરીદીએ એની પાકી પહોંચ મળે છે.

ધર્મ ગમે તેવું શક્તિશાળી દૂરબીન બનાવે તો પણ એમાં સ્વર્ગ અને નરક દેખાવાનાં નથી એને માટે તો પરીકથાઓ અને દંતકથાઓનો જ આશરો લેવો પડે.

રોજના નિત્યક્રમમાં ઘડિયાળના કાંટાની સાથે આપણે ત્યાં ધર્મના ક્રિયાકાંડોનું પણ સાયુજ્ય રહ્યું છે. આટલાથી આટલા વાગે પૂજા કરવાની, બરાબર આટલા વાગે આરતી ઉતારવાની. ધર્મ અને આધ્યાત્મિકતા એ સમયના ચોકઠામાં ગોઠવવાની વસ્તુ છે? એને મનુષ્યનાં મન અને મગજની સ્થિતિ સાથે કોઈ સંબંધ નથી? એ ઓફિસમાં હાજરી આપવા અને સિનેમાનો શૉ શરૂ કરવા જેટલી કૃત્રિમ ચીજ છે?

ધર્મને નામે આપણે કેટલી મોટી માત્રામાં અધર્મ આચરીએ છીએ? બધાં પાપ ધર્મની શેતરંજની હેઠળ છુપાઈને પડયાં છે. આપણી શેતરંજી ઉપરથી બરોબર સાફ-સૂથરી અને ચળકાટવાળી રહે એની આપણને સતત ચિંતા છે.

ધર્મના આવા વરવા અસ્તિત્વ છતાં સમાજ ટકી રહ્યો છે એ જ આશ્ચર્ય છે. જૂના મળને સાફ કરવા માટે આંતરડાં સંપૂર્ણ સાફ કરવાં પડે છે. બૌદ્ધિકતા રૂપી એનિમા લઈશું તો વૈચારિક સડો દૂર કરી શકીશું. આવોઆપણેઆપણી વિવેકબુદ્ધિ નો વિવેકપુર્વક આપણે ઉપયોગકરીએ. અતીઘેલછા કરીએ નહી.

3

લસણનું તેલ

ખરેખર મિત્રો લસણ માત્ર ભોજનમાં સ્વાદ વધારે છે એવું નથી પરંતુ લસણ એક શ્રેષ્ઠ ઔષધી પણ છે. કેટલાક લોકો લસણની ગંધને કારણે તેનાથી દૂર રહે છે.

પરંતુ તે લોકો નથી જાણતા કે લસણ પ્રકૃતિની એક એવી ભેટ સમાન છે જેના લાભ બીજે ક્યાંય ન મળે. લસણથી થનારા લાભ અને તેના આયુર્વેદિક ગુણો સદીઓ જુના છે.

સંશોધન મુજબ 5000 વર્ષ પહેલાં પણ લસણનો ઉપયોગ ઉપચાર માટે કરવામાં આવતો હતો. લસણ અનેક રોગોમાં વરદાન સમાન સાબિત થાય છે. જેથી આજે અમે તમને લસણના એવા જ અદભુત ગુણો અને ફાયદા વિશે જણાવીશું જે કદાચ તમે પહેલાં જાણ્યા નહીં હોય. લસણમાં ખાટા રસ સિવાય બાકીના પાંચે (ગળ્યો, ખારો, તીખો, તૂરો અને કડવો) રસ રહેલા છે.

જેમાં તીખો રસ મુખ્ય હોય છે. ગુણમાં તે ગરમ, તીક્ષ્ણ, રસાયન, પાચક, પચવામાં ભારે, વીર્યવર્ધક, ઝાડો સાફ કરનાર, ભાંગેલાં હાડકાંને મટાડનાર, બળવર્ધક, બુદ્ધિવર્ધક છે. એક કળીવાળું લસણ ઉત્તમ ગણાય છે. લસણ હૃદયના રોગો, વાયુના રોગો, કફના રોગો, પેટનો દુખાવો, કબજિયાત, અરુચિ, ઉધરસ, મંદાગ્નિ વગેરે મટાડે છે.

લસણમાં એક ઊડનશીલ તેલ રહેલું હોય છે. જેમાં એલાઇલ-પ્રોપાઇલ સલ્ફાઇડ 6 ટકા, ડાયએલાઇલ ડાયસલ્ફાઇડ 6 ટકા તથા બીજાં બે ગંધકયુક્ત દ્રવ્યો જોવા મળે છે. આયુર્વેદ વિજ્ઞાને પણ લસણના ગુણધર્મીનું અને તેના અનુપમ ઔષધીય ગુણોનું સ્પષ્ટ આલેખન કર્યું છે. આયુર્વેદના લગભગ બધા જ ગ્રંથકારોએ તેના ઉત્તમ ઔષધીય ગુણો અને ઉપયોગોનું વિશેષ વર્ણન કર્યું છે.

જે જાણવા સમજવા જેવું છેખીલ પર લસણનો રસ નિયમિત લગાવશો તો ધીમે ધીમે ખીલ ઓછી થઇ શકે છે. તમે તેના રસમાં વ્હાઇટ વિનેગર પણ નાંખીને લગાવી શકો છો. લસણમાં એલિસિન નામનું તત્વ હોય છે જે ત્વચાને કોમળ અને મુલાયમ બનાવે છે. જો તમે તમારા ફેસ માસ્કમાં કેટલીક પીસેલી લસણની પેસ્ટ નાંખશો ત્વચા મુલાયમ બનશે.

દરરોજ લસણની એક કળીનું સેવન કરવાથી શરીરને વિટામિન એ, બી અને સીની સાથે આયોડીન, આયરન, પોટેશિયમ, કેલ્શિયમ અને મેગ્નેશિયમ જેવા પોષક તત્વો એકસાથે મળી જાય છે. જેથી શરીરમાં આ પોષક તત્વોની ઉણપ સર્જાતી નથી અને અનેક સમસ્યાઓ દૂર રહે છે.

લસણનું તેલ હથેળી અને પગમાં લગાવવાથી મચ્છરો પાસે આવતા નથી અને કરડતા નથી. સાથે જ ત્વચા પણ સુંવાળી થાય છે. લસણમાં એન્ટીબેક્ટેરિયલ તત્વ હોય છે. જેથી જો તમને ખીસ-ફોડલીની સમસ્યા રહેતી હોય તો તમારે સેવન કરવું જોઈએ.રાતે સૂતાં પહેલાં એક ચમચી ઓલિવ ઓઈલ અથવા સોયાબીન ઓઈલમાં લસણની પેસ્ટ લેવાથી લિવર સ્વચ્છ થવાની સાથે તે મજબૂત બનીને કાર્યરત રહે છે.

લસણમાં વિટામિન સી, એ, બી અને જી તથા સલ્ફર, લોહ, કેલ્શિયમ ઉપરાંત નકામા બેકટેરિયાનો નાશ કરતું એલિસિન નામનું તત્વ છે. લસણની તાજી પેસ્ટમાં ડિપ્થેરિયા અને ટીબીના જીવાણુને નષ્ટ કરવાનો ગુણ છે. - આંતરડાનાં કેન્સરથી પીડાતી વ્યક્તિ ડોક્ટરની સલાહ પ્રમાણે લસણનો ઉપયોગ કરે તો કેન્સર સામે લડી શકે છે.

લસણમાં ફ્રી રેડિકલ્સને રોકવાની શક્તિ છે. કેન્સરની ગાંઠ ફ્રી રેડિકલ્સથી થતી હોવાનો સંશોધકોનો મત છે. આવાં રેડિકલ્સ ડીએનએ, સેલ મેમ્બ્રેન્સ માટે હાનિકર્તા છે. લસણમાં રહેલું એલિનસ નામનું એન્ઝાઈમ નકામા કોષનો નાશ કરે છે.-હાઈપર ટેન્શન, હાઈ બીપીની તકલીફ થઈ હોય તો રોજ તાજાં લસણની બે કળી ખાવાથી લોહીનું ભ્રમણ થાય છે.

નસો સ્નિગ્ધ રહે છે. આ ઉપરાંત લસણ વિશે હાથ ધરવામાં આવેલા અભ્યાસમાં એવું જણાયું છે કે એનિમિયા, રૂમેટિક ડિસિઝ, કટિવા, ડાયાબિટીસ, હાઈપોગ્લાઈસેમિયા, અસ્થમા, ઊધરસ, એલજી, આંતરડાના વર્મ્સ પેરાસાઈટિક ડાયેરિયા અને કેન્સરની સારવારમાં ઉપયોગી છે. આ ઉપરાંત તે કબજિયાત દૂર કરવામાં ઉપયોગી છે. નિયમિતપણે લસણનો ઉપયોગ અને સેવન કરવાથી ત્વચામાં થતી સંક્રમણની સમસ્યા પણ દૂર થાય છે.

સાથે ત્વચા સંબંધી રોગોમાં પણ રાહત મળે છે.-લસણની કળીવાળો આહાર લેવાથી ચરબીનું પ્રમાણ ઘટતાં કમ્મરનો ઘેરાવો ઓછો થાય છે. ટાઈપ-ટૂ

ડાયાબિટીસ માટે લસણ શ્રેષ્ઠ કુદરતી ઔષધની ગરજ સારે છે. લસણનું સેવન શરીરમાં ઈન્સ્યુલિનની માત્રાને વધારી દે છે. જેનાથી ડાયાબિટીસની બીમારીમાં ઘણો ફાયદો થાય છે અને લસણના સેવનથી બ્લડ શુગર લેવલ નિયંત્રણમાં રહે છે. -કોલેસ્ટ્રોલના દર્દી માટે પણ લસણ અત્યંત ફાયદાકારક હોય છે.

આ લોહીને પાતળું કરવામાં મદદ કરે છે અને શરીરમાં લોહી ઘટ્ટ થવાથી રોકે છે. ઘા પડ્યા બાદ લોહી વહેવાનો ભય પણ રહેતો નથી. લસણમાં રહેલા તત્વથી પ્લેટલેટ્સ, લોહી ગંઠાવાની પ્રક્રિયા ધીમી પાડે છે. લોહીની નળી પાતળી રાખે છે જેથી લોહીનું પરિભ્રમણ બરાબર થાય અને હૃદયરોગનો હુમલો ન આવે. લસણ હૃદયને ઓક્સીજન રેડીકલ્સના પ્રભાવથી બચાવે છે. જેથી હૃદયને કોઈ નુકસાન ન પહોંચે. તેના સલ્ફરયુક્ત યૌગિક આપણી લોહી કોશિકાઓને અવરોધથી બચાવે છે.

જેના કારણે એથ્રેરોસ્લેરોસિસની સમસ્યાને દૂર કરે છે.- સરસિયાના તેલમાં લસણની કળી નાખી ઉકાળીને આ તેલ કાનમાં નાખવામાં આવે તો કાનના દુખાવામાં તરત જ રાહત મળે છે. બાળકો માટે પણ આ રીતે ઉપયોગ કરી શકાય છે. - તમારા રોજિંદા ખોરાકમાં લસણ સામેલ કરી લેવાથી રોગપ્રતિકારક ક્ષમતામાં વધારો થાય છે. જો મોસમી શરદી અથવા ખાંસી થઈ જાય તો લસણની ચા બનાવીને પીવાથી બહુ જલ્દી ફાયદો થાય છે.

ઠંડી અથવા બદલાતા મોસમમાં મોટાભાગે કોઈપણ ઉંમરના લોકોને કફ અને ઉધરસની સમસ્યા થતી હોય છે આવામાં જો તમે લસણનો નિયમિતપણે ઉપયોગ કરો તો આવી નાની-નાની સમસ્યાઓ તમારાથી દૂર રહશે. લસણમાં એન્ટી-ઈન્ફ્લામેન્ટરી પ્રોપર્ટી હોય છે. જેની મદદથી એલર્જીને દૂર ભગાવી શકાય છે. જો લસણના જ્યૂસને પીવામાં આવે તો રેસિસ અને ચકામા પડવાની સમસ્યા પણ દૂર થાય છે

સિરોસિયસની સમસ્યામાં લસણ રામબાણ દવા તરીકે કામ કરે છે. સિરોસિયસથી પ્રભાવિત સ્થાન પર લસણનું તેલ લગાવવાથી ત્વચા સુંવાળી અને ક્ષતિરહિત થાય છે. -લસણમાં ડાયલી સલ્ફાઈડ હોય છે. જે ફેરોપોરટિનની માત્રાને વધારે છે અને આયરન મેટાબોલિઝ્મને સુધારે છે.

નિયમિત લસણ આરોગવાથી બ્લડપ્રેશર નિયંત્રણમાં રહે છે. એસિડિટી અને ગેસ્ટ્રિકની સમસ્યા પણ દૂર થાય છે. હૃદયની બીમારીઓ સાથે તાણ પણ દૂર થાય છે. લસણને દૂધમાં ઉકાળીને બાળકોને આપવાથી બાળકોમાં રોગપ્રતિકારક ક્ષમતા વધે છે. લસણની કળીને આગમાં સાંતળી બાળકને આપવાથી શ્વાસની સમસ્યા પર કાબૂ મેળવી શકાય છે. જે બાળકોને શરદી વધારે થાય છે તેમણે લસણની કળીની માળા બનાવીને પહેરવી જોઈએ.

લસણના સેવનથી કામોત્તેજના બરકરાર રહે છે કારણ કે તે શરીરમાં સારી રીતે પરિભ્રમણ કરે છે. - લસણના સેવનથી વાયરલ, ફંગલ, યીસ્ટ અને વોર્મ સંક્રમણ પણ થતું નથી. તાજા લસણના સેવનથી ફુડ પોઈઝનિંગનો ખતરો રહેતો નથી. - નિયમિત લસણનો ઉપયોગ કરવાથી સાંધામાં થતાં દુખાવામાં આરામ મળે છે. સાથે શરીરના અન્ય ભાગોમાં થતાં દુખાવામાં પણ રાહત મળે છે.

જે લોકોના શરીરમાં લોહીની કમી હોય છે તેઓએ લસણનું સેવન કરવું જોઈએ. તેમાં ભરપૂર માત્રામાં લોહતત્વ હોય છે. જે લોહીના નિર્માણમાં મદદ કરે છે. લસણમાં વિટામિન હોવાથી સ્કવી રોગથી પણ બચાવે છે. લસણ ખાવાથી વાળ ખરતા બંધ થઈ જાય છે. લસણમાં એલિસીન તત્વ ભરપૂર માત્રામાં હોય છે. સાથે જ સલ્ફર પણ હોય છે. લસણને વાટીને સ્કેલ્પમાં લગાવવાથી પણ હેર ફોલ ઘટી જાય છે.

લસણના સેવનથી દાંતના દુખાવામાં આરામ મળે છે. દાંતમાં દુખાવો થાય ત્યારે લસણને કાચું વાટીને દાંતમાં રાખી લેવું તેનાથી તરત આરામ મળે છે કારણ કે લસણમાં એન્ટી બેક્ટેરિયલ તત્વ હોય છે. જે દાંત પર સીધો પ્રભાવ નાખે છે.

લસણની 5 કળીને થોડાક પાણીમાં નાખીને પીસી લેવી અને તેમાં 10 ગ્રામ મધ મિક્ષ કરીને સવાર-સાંજ તેનું સેવન કરવું. આ ઉપાય કરવાથી સફેદ વાળ કાળા થઈ જાય છે. - લસણનું સેવન બાળકો માટે પણ અત્યંત ફાયદાકારક માનવામાં આવે છે. આ મોસમી બીમારીઓમાં તો લાભકારક હોય જ છે. સાથે જ પાંચ વર્ષ સુધીના બાળકોમાં થનારા પ્રાયમરી કોમ્પલેક્સમાં પણ બહુ ફાયદાકારક સાબિત થાય છે.

ફેફસામાં પાણી ભરાયું હોય તો લસણને વાટીને સહેજ ગરમ કરીને દર્દીની છાતી પર બાંધવાથી દર્દમાં રાહત થાય છે.- હાથ-પગમાં કળતર થતી હોય તો લસણ અને સૂંઠને ધીમાં શેકી મધ સાથે થોડા દિવસ ખાવાથી કળતર દૂર થાય છે. સગર્ભાઓ અને પિત્તની તકલીફવાળાએ લસણનો ઉપયોગ કરવાનું હિતાવહ નથી.

આજે પણ અનેક કુટુંબમાં ભોજન સમયે લસણના અથાણાંનો ઉપયોગ કરાય છે. એના વગર શિરામણ અથવા બપોરનું ભોજન કે રાતનું વાળું અધૂરું ગણાય છે. ઘણાં કુટુંબમાં હિંગની સાથે લસણની કળી નાખેલો વઘાર કરેલી કઢીનો ઉપયોગ થાય છે. કેટલાક લોકો લસણવાળી વાનગી એટલે નથી ખાતા કે તે ખાધા પછી તેમના મોંમાં વાસ રહી જતી હોય છે.

એનો સરળ ઉપાય લસણવાળી વાનગી ખાધા પછી બ્રશ કરીને કોગળા કરવાનો છે. માઉથ વોશથી કોગળા કરવાથી પણ વાસ નીકળી જાય છે. આમ ખરેખર મિત્રો આ નુસ્ખા અજમાવા જેવા છે. આમ ખરેખર લસણ એક શ્રેષ્ઠ ઔષધી છે. જયા દાક્તરી સારવાર ની જરૂર પડે તો તરત સારવાર માટે દોડી જાજો

4
માથાનો દુખાવો

માથાના કોઈપણ ભાગમાં દુખાવો થાય તેને માથાનો દુખાવો કહેવાય. દરેક પ્રકારના દુખાવાના કારણ, કેટલો વખત રહે અને તેનું પ્રમાણ કેટલું છે તેનો આધાર કયા પ્રકારનો દુખાવો છે તેની ઉપર રહે છે.

વૈજ્ઞાનિકોના જણાવ્યા પ્રમાણે માથાના દુખાવાના ૧૫૦ જેટલા પ્રકાર છે જેમાંથી.ફક્ત તમારા માથાનું જ કારણ હોય તેને પ્રાઈમરી હેડેક કહેવાય તેમાં. ટેન્શન હેડેક. માઈગ્રેન હેડેક. ક્લસ્ટર હેડેક ગણાય.

બધા જ પ્રાઈમરી હેડેકના બે પ્રકાર છે.. એપિસોડિક હેડેક જે કોઈ વાર થાય અને અધી કલાક રહે અને કોઈવાર વધારે વખત રહે પણ પછી એની મેળે મટી જાય.ર. 'ક્રોનીક હેડેક' જે એક મહિનામાં ઘણો વખત થાય અને સતત રહે. આ પ્રકાર માટે દુખાવો દૂર કરવા માટે ડોક્ટરની મદદ લેવી પડે.

જેમાં બહારના કારણ હોય તેને 'સેકન્ડરી હેડેક' કહેવાય તેમાં. એલર્જી અથવા સાઈનસ હેડેક. હોર્મોન હેડેક. કેફિન હેડેક. એક્ઝર્શન હેડેક. હાયપરટેન્શન હેડેક. રિબાઉન્ડ હેડેક. ટ્રોમેટિક હેડેક ગણાય.. ટેન્શન હેડેક : આ પ્રકારનો દુખાવો મોટે ભાગે માનસિક તનાવ વધારે હોય ત્યારે થાય.

તે વખતે આખા માથામાં સાધારણ દુખાવો થાય. ધબકારા ના થાય, ડોકી, કપાળ અને ખભામાં દુખાવો થાય. આ પ્રકારના દુ:ખાવા માટે ડોક્ટરના 'પ્રિસ્ક્રીપ્શન' વગર મળે તેવી એસ્પિરિન, ઈબુપ્રોફેન દવાઓ થોડા સમય માટે લેવી જોઈએ. જો એક બે દિવસમાં આરામ ના લાગે તો ડોક્ટરની સલાહ લેવી જોઈએ.

જો ટેન્શન હેડેક સતત રહે એટલે કે 'ક્રોનીક' થાય તો તેને માટે વધારાની તપાસ કરવી જોઈએ.. ક્લસ્ટર હેડેક : આ પ્રકારના માથાના દુખાવામાં એક આંખની આજુબાજુ અને પાછળ બળતરા થાય અને કંઈ ભોંકતું હોય તેવો દુખાવો

થાય. આવો દુખાવો કોઈ વાર જે બાજુની આંખમાં દુખાવો થયો હોય તે બાજુના મોં પર પણ થાય સાથે તે વખતે મોં ઉપર સોજો આવે.

પરસેવો થઈ જાય અને મોં ઉપરની ચામડી લાલ થઈ જાય. ક્લસ્ટર હેડેક ની ખાસિયત છે કે તે દિવસમાં ત્રણથી ચાર વખત ચોક્કસ સમયે થાય અને તેમાં પણ એક વખતનો દુખાવો ઠીક થયો હોય કે તરત બીજાની શરૂઆત થઈ જાય. આ પ્રકારનો દુખાવો વસંતઋતુ માં વધારે થાય. કોઈ વાર થોડા વખત માટે તદ્દન મટી જાય.

સ્ત્રીઓની સરખામણીમાં પુરુષોમાં ક્લસ્ટર હેડેક થવાની શક્યતા ત્રણ ગણી છે. સામાન્ય રીતે ડોક્ટરો ક્લસ્ટર હેડેકમાં થતા દુખાવા માટે ઓક્સીજન થેરેપી અને ખાસ પ્રકારની ગોળીઓ અને દુખાવો વધારે હોય તો લોકલ એનેસ્થેસિયાની સારવાર આપે છે અને કોઈ વાર કોર્ટિકોસ્ટેરોઈડ આપે છે.

માઈગ્રેન હેડેક: આ પ્રકારનો દુખાવો માથાની એક બાજુએ ધબકારા સાથે ખૂબ પ્રમાણમાં થાય અને ઘણા દિવસ સુધી રહે. આવો દુખાવો જેને થાય તે પોતાનું કોઈ પણ કામ એટલે કે દિનચર્યા, કામધંધો કે નોકરી કરી ના શકે એટલું જ નહીં, પણ અજવાળું કે અવાજ સહન ના કરી શકે અને દુખાવા દરમ્યાન તેને ઊબકા અને ઊલટી પણ થાય.

માઈગ્રેનની ખાસિયત છે કે દુખાવો શરૂ થાય તે પહેલા 'ઓરા એટલે કે આંખો આગળ ચમકારા થાય આકાશના તારા આંખો આગળ ચમકતા હોય તેમ લાગે. આની સાથે ટિગલીંગ એટલે મોંની એકબાજુ અને તે બાજુના હાથ ઉપર ધુ૦રજારી લાગે અને બોલવામાં મુશ્કેલી પડે. કોઈને જાણે સ્ટ્રોક થયો હોય તેવું લાગે.

માઈગ્રેન વારસાગત પણ ગણાય છે. જ્ઞાનતંતુના રોગો હોય તે વ્યક્તિને માઈગ્રેન થવાની શક્યતા વધારે ગણાય છે. તે ઉપરાંત પુરુષો કરતાં સ્ત્રીઓને માઈગ્રેન થવાની શક્યતા ત્રણ ગણી છે.

આ સિવાય માઈગ્રેન થવાના બીજા કારણોમાં પૂરતી ઊંઘ ના આવી હોય. પાણી ઓછું પીવાને કારણે શરીરમાં ડિહાયડ્રેશન થઈ ગયું હોય, કોઈવાર ઉપવાસ કર્યો હોય, અમુક જાતના ટેવ ના હોય તેવા ખોરાક લીધા હોય અને શરીરમાં હોર્મોનના ફેરફાર વારે વારે થતાં હોય તેવી વ્યક્તિઓને માઈગ્રેન થવાની પૂરેપૂરી શક્યતા છે.

માઈગ્રેનની સારવાર માટે તમારે ડોક્ટરની સલાહ લેવી જોઈએ.કોમન સેકન્ડરી હેડેક : માથું દુખવાનું કારણ માથાનું ના હોય પણ શરીરની બીજી કોઈ તકલીફને કારણે હોય તેને સેકન્ડરી હેડેક કહેવાય. સારવાર કરીને જો શરીરની તકલીફને સમયસર દૂર ના કરી શકાય તો તે ક્રોનીક થઈ જાય છે એલજીક

અથવા સાઈનસ હેડેક.

તમારા માથાની આગળ નાકના સાઈનસમાં એલજીંને કારણે સોજો હોય કે ચેપ હોય અને નાક બંધ થઈ ગયું હોય તેને એલજીંક અથવા સાઈનસ હેડેક કહેવાય.. હોર્મોન હેડેક :સ્ત્રીઓમાં જ્યારે માસિક ધર્મ ચાલુ થાય ત્યારે, ગર્ભ ધારણ કરે ત્યારે, બાળકનો જન્મ થાય ત્યારે અને માસિક ધર્મ બંધ થાય ત્યારે બર્થ કંટ્રોલ માટેની ગોળીઓ લે ત્યારે તેમની ઓવરી માંથી નીકળતા હોર્મોનના પ્રમાણમાં વધઘટ થયા કરે તેને કારણે માથાનો દુખાવો થાય તેને હોર્મોન હેડેક કહેવાય.

કેફિન હેડેક :ચા, કોફી, કોલા ડ્રિંક્સમાં કેફિન આવે. આ બધા જ પીણાંમાંથી કોઈપણ પીણું પ્રમાણસર પીવાથી માથું દુ:ખે નહીં પણ સ્ફૂર્તિ આવે. જો બધા જ પીણામાંથી જે તમે લેતા હો તેમાં રોજનું કેફિનનું પ્રમાણ ૪૦૦ મીલી ગ્રામ્સથી વધારે હોય તો માથું દુખે તેને કેફિન હેડેક કહેવાય.

એક કપ કોફીમાં ૬૦ થી ૭૦ મિલી.ગ્રામ્સ અને એક કપ ચા માં ૩૦ થી ૫૦ મિલિગ્રામ્સ અને એક બોટલ કોલા ડ્રિંકમાં ૩૫ થી ૫૦ મિલિગ્રામ્સ કેફિન મળે. સ્ફૂર્તિ આવે એટલે તમને ટેવ પડી જાય અને તેને કારણે તમે ૪૦૦ મિલિગ્રામ્સથી વધારે પ્રમાણમાં કેફિન આવે તેવા પીણાં પીઓ તેનાથી માથું દુખે..

એક્ષર્શનલ હેડેક તમે ખૂબ કસરત કરી હોય ત્યારે આખા શરીરમાં લોહી વધારે ફરે. મગજની લોહીની નળીઓમાં ને પણ જરૂર કરતાં વધારે લોહી ફરે એટલે તે ફૂલે તેને કારણે હેડેક થાય. આ પ્રકારનો માથાનો દુખાવો કસરત કે શ્રમનું કામ બંધ કરો એટલે મટી જાય.. હાયપરટેન્શન હેડેક : જ્યારે બ્લડપ્રેશર ખૂબ વધી જાય ત્યારે તમારા માથાની બંને બાજુ સખત દુખાવો થાય.

તે વખતે તમે કોઈ પણ શ્રમ વડે તેવું કામ કરો તો દુખાવો ખૂબ વધે અને માથામાં ધબકારા થાય, આંખે ઓછું દેખાવા માંડે, નાકમાંથી લોહી નીકળે, છાતીમાં દુખાવો થાય, શ્વાસ લેવામાં તકલીફ થાય અને શરીર ખોટું પડી ગયું હોય તેમ લાગે. આવા લક્ષણો થાય ત્યારે તાત્કાલિક હોસ્પિટલમાં દાખલ થઈને સારવાર કરવી જોઈએ.

રિબાઉન્ડ હેડેક માથું સતત ધીમું ધીમું દુખે અથવા માઈગ્રેન જેવો દુખાવો થાય. જ્યારે તમે ડોક્ટરના પ્રિસ્ક્રીપ્શન વગર મળતી દવાઓ અને કેફિન આવે તેવી દવાઓ વારેવારે લેતા હો ત્યારે આ પ્રકારનું હેડેક થાય. આ પ્રકારનો માથાનો દુખાવો ગમે ત્યારે થાય.

આ પ્રકારનો દુખાવો દવાઓ લેવાનું પ્રમાણ ધીરે ધીરે ઓછું કરી નાખો ત્યારે મટી જાય. પોસ્ટ્રોમેટિક હેડેક : કોઈપણ પ્રકારનો એક્સિડંટ થાય ત્યારે માથામાં વાગવાને કારણે દુખાવો થાય તે વખતે માઈગ્રેન અથવા ટેન્શન ટાઈપનો

દુખાવો થાય અને એક્સિડેંટ થયા પછી ૬ થી ૧૨ મહિના રહે અથવા ક્રોનીક થઈ જાય.

માથાના દુખાવાની ફરિયાદ માટે ડોક્ટરને ક્યારે મળવું જોઈએ : એક નિયમ તરીકે યાદ રાખો કે કોઈ પણ જાતનો માથાનો દુખાવો એક કે બે દિવસ રહ્યા પછી જતો રહે તો ડોક્ટરને મળવાની જરૂર નથી પણ જો માથાનો દુખાવો બે દિવસથી વધારે રહે અને તેનું પ્રમાણ વધતું જાય તો ડોક્ટરને મળવું જોઈએ અને ચોક્કસ નિદાન કરાવવું જોઈએ.

માથાના દુખાવા ની સાથે એ. ડોક અક્કડ થઈ ગઈ હોય બી. મોં પર અને શરીરની ચામડી ઉપર લાલ ચકામા પડયા હોય સી. ના સહન થાય તેટલો અને પહેલા કોઈ વખત ના થયો હોય તેવો દુખાવો થયો હોય. ડી. ઊલટી થતી હોય ઈ. ગભરામણ થતી હોય એફ. ચોખ્ખું બોલી ના શકાતું હોય જિ. ૧૦૦ ડિગ્રી કે તેથી વધારે તાવ હોય એચ. શરીરનો એક બાજુનો ભાગ નબળો પડયો હોય એટલે કે લકવો થઈ ગયો હોય. આઈ. આંખે દેખાતું બંધ થઈ ગયું હોય.

આ પ્રકારના લક્ષણો હોય ત્યારે કોઈ ગંભીર પરિણામ આવે તે પહેલાં દર્દીને તાત્કાલિક હોસ્પિટલમાં દાખલ કરવો જોઈએ. ૧. ૬ થી ૮ કલાક ઊંઘ લો. જમતી વખતે ખાવાનું પ્રમાણ ઓછું રાખો જેથી વજન વધે નહીં.. માથાના દુખાવાનું પ્રમાણ વધારે હોય તો કપાળ પર આઈસ બેગ રાખો.. હુંફાળા પાણીથી સ્નાન કરો.. કપાળ પર સુગંધીદાર તેલની માલિશ કરાવો.

સિગારેટ અને દારૂનું વ્યસન હોય તો તે બંધ કરો.. રોજ બે લિટર જેટલું ચોખ્ખું પાણી પીઓ. માનસિક તનાવ (સ્ટ્રેસ) વધે નહીં તેનું ધ્યાન રાખો.. શરીરમાં કેફિન ઓછું જાય માટે ચા, કોફી અને કોલા ડ્રીન્ક પીવાનું પ્રમાણ ઓછું રાખો.

તડકામાં બહાર જાઓ ત્યારે છત્રી રાખો અથવા ગોગલ્સ પહેરો.. ૩૦ થી ૪૦ મિનીટ નિયમિત ગમતી કસરત કરો અથવા નજીકના ગાર્ડનમાં ચાલતી લાફિંગ ક્લબમાં જાઓ અને કસરત કરો.

ખોરાકની કઈ વસ્તુ કે વાનગી ખાવાથી માથું દુખે છે તો શોધી કાઢી તે ખોરાક લેવાનો બંધ કરો.. ડૉક્ટરની સલાહ લઈ ને જરૂર લાગે તે વિટામિન મિનરલ્સના સપ્લીમેંટ લો.

ચશ્માના નંબર ચેક કરાવો અને ચોખ્ખું દેખાય તેવા ચશ્મા પહેરો.. કોમ્પ્યુટર પર સતત કામ ના કરો. દર ૩૦ મિનિટે ૧૦ મિનિટ આરામ કરો. જ્યા દાક્તરી સારવાર ની જરૂર પડે તો તરત સારવાર માટે દોડી જાજો

સંદર્ભ : ફિટનેસ - મુકુંદ મહેતા

5

જુદી જુદી દવાની ગોળીઓ ગળવાનું બંધાણ

આજે આપણા દેશમાં 'ડ્રગ'ની જે સમસ્યા છે તે એલ.એસ.ડી. કે હેરોઈનની નથી. વળી આ પ્રકારના ડ્રગના બંધાણી યુવાનો નહિ પણ સમજદાર તથા વયસ્ક વ્યક્તિઓ છે. તેઓ દિવસમાં અસંખ્ય બિનજરૂરી ગોળીઓ ગળે છે.

લોહીના લાલ કણની ખામી એનિમીયાથી માંડીને અનિદ્રાથી પીડાતા લોકો, કબજિયાતના દર્દીઓ અને હતાશાથી ઘેરાયેલા નબળા મનના લોકો મોટા પ્રમાણમાં જુદી જુદી દવાની ટીકડીઓ ગળવાના શિકાર બની ગયા છે.

તેમને દવાનું વળગણ હોય છે. નાની નાની તકલીફો માટે દવાના બંધાણી બની ગયેલા આવા લોકોને તેમની શારીરિક માનસિક તકલીફ દૂર ન થાય ત્યારે દવાનો ભારે ડોઝ લેવાની આદત અને ફરજ બંને પડે છે.

દવાની ગોળીઓ આડેધડ લેનારા તેનાથી થનારી વિપરીત અસરનો વિચાર પણ કરતા નથી. પરિણામે તેઓ ઔષધની ગોળીઓનાબંધાણીબનીજાયછે.આપણે દવાઓના શારીરિક ગુલામ બનીએ છીએ એવું નથી. ઘણા લોકો રોગના કાલ્પનિક ભય માત્રથી થરથરતા હોય છે.

આવા મનોરોગીઓને પણ જુદી જુદી દવા ખાવાની આદત પડી જાય છે. એટલે કે આ પ્રકારની વ્યક્તિઓ દવાના માનસિક ગુલામ બની જાય છે એમ કહેવું ખોટું નથી. ઘણા દર્દીઓને તો દવાની શારીરિકને બદલે માનસિક અસર વધુ થાય છે. એટલે કે આવા દરદીઓની માનસિક રીતે ચિકિત્સા થઈ જતી

હોવાથી તેમની તબિયતમાં સુધારો જણાય છે.

હકીકતમાં આવા દર્દીઓને ડૉક્ટરો સીધી કે અવળી અસર ન થાય એવી દવા આપતા હોય છે. જેને અંગ્રેજીમાં પ્લેસીબો કહેવાય છે. આવા પ્લેસીબોની સારવાર પછી ઘણા દર્દીઓની તબિયતમાં ચમત્કારિક સુધારો નોંધાતો હોવાના અસંખ્ય કિસ્સા ડૉક્ટરોના રેકોર્ડમાં હોય છે.

અલબત્ત, અહીં દવા ઉપયોગી કે જરૂરી નથી. એવું કહેવાનો મતલબ નથી. કારણ કે ઘણા કિસ્સામાં દવા રામબાણ ઈલાજ પણ સાબિત થતી હોય છે. પરંતુ દવા નિષ્ણાત ડૉક્ટરની સલાહ અનુસાર યોગ્ય સમય સુધી અને પ્રમાણમાં જ લેવી જોઈએ.

લાંબા સમય સુધી, પોતાની મેળે અને આડેધડ દવા લેવાથી માઠાં પરિણામ આવે છે. એટલે કે લાંબા સમય સુધી દવા લેવાથી દર્દી તેનો બંધાણી બની જાય છે. વળી એક જ પ્રકારની તકલીફ માટે ભૂતકાળમાં લીધેલી દવાનું પુનરાવર્તન કરવું એ પણ મુર્ખામી છે

ધીકતો ધંધો કરતા દવા ઉદ્યોગના માલિકો જાહેરખબરો દ્વારા શારીરિક તેમ જ માનસિક વ્યથાથી અમારી દવા તમને મુક્તિ અપાવશે' એવો લલચામણો પ્રચાર કરે રાખે છે.

એસ્પિરિન જેવી ગોળીઓના વેચાણમાં ઉત્તરોત્તર વધારો થતો રહે છે. માથા કે શરીરના દુ:ખાવામાં રાહત અપાવતી એસ્પિરીન બીજી કેટલીક સમસ્યા પણ નોતરે છે.બીજાં અનેક કારણો ઉપરાંત કેટલીક માથાનો દુ:ખાવો, માનસિક તાણ, અપચો, ગેસ કે અનિંદ્રા જેવાં કારણોને લીધે પણ થતો હોય છે. એસ્પરીન આમાં કોઈ રીતે કારગત નીવડતી નથી.

એસ્પરીનથી પેટમાં ચાંદા પડવાં, કબજિયાત થવી કે ઘેન જેવી અસરો પણ વર્તાય છે. એલજીવાળાને ઘણી વખત આંતરડામાંથી લોહી નીકળે છે.

માથાના દુ:ખાવા જેવી કે બીજી સર્વ સામાન્ય બીમારી અપચો અને કબજિયાતની છે. પાચનતંત્રને સુધારવા માટે ભળતો જ દાવો કરનારી દવાઓની કંપનીઓ હકીકતમાં બણગાં ફૂંકતી હોય છ.

વધુ પડતો અને ભારે ખોરાક અજીર્ણનું મુખ્ય કારણ હોય છે. આથી ખોરાકમાં સામાન્ય ફેરફાર કરી આવી તકલીફમાં ઉગરી શકાય છે. કબજિયાત મટાડવા વારંવાર લેવાતો જુલાબ સમય જતાં એક પ્રકારની આદત બની જાય છે.

કબજિયાતનું મુખ્ય કારણ રેષાયુક્ત ખોરાકનો અભાવ હોય છે. અનાજ, પૂરતા પ્રમાણમાં ફળો, લીલાં શાકભાજી, કઠોળ અને પ્રવાહી ખોરાક લેવાથી કબજિયાતની તકલીફ દૂર થઈ શકે છે. વધુ પડતો ચરબીયુક્ત, તીખો અને

મસાલેદાર ખોરાકથી દૂર રહેવાથી ૫૦ ટકા સમસ્યા ઉકલી જતી હોય છે.

ઉપરાંત આજકાલ ઘણા લોકોને ઊંઘવાની દવા લેવાની આદત પડતી જાય છે. અનિદ્રાનું મુખ્ય કારણ માનસિક હોય છે. હકીકતમાં અનિદ્રાથી પીડાતા દર્દીઓની સંખ્યા જૂજ છે અને છતાં હજારો લોકો ઊંઘવાની ગોળી લેવાના બંધાણીબનીગયાછે.આધુનિક જીવનશૈલીમાં જીવતા લોકો માટે અનિદ્રાનો રોગ એક અભિશાપ સાબિત થયો છે.

થાક અને માનસિક તાણ અનિદ્રાના મુખ્ય કારણો હોય છે. ઊંઘની ગોળીઓ ક્યારેક દારૂ સાથે લેવાથી જીવલેણ સાબિત થાય છે. શારીરિક શ્રમ, સંગીત કે પછી મનપસંદ વાંચન દ્વારા અનિદ્રાની સમસ્યા પર કાબૂ મેળવી શકાય છે. આ જ પ્રમાણે બીજી કેટલીક દવાઓ પણ મોટા પ્રમાણમાં વેચાય છે.

જેમાં વિટામીન અને મીનરલ્સ હોય છે. ઘણાને આ પ્રકારની દવાથી શારીરિક સ્ફૂર્તિ અને તાકાત મળે છે એવી ગેરસમજ પણ હોય છે. જો કે સાચી વાત એ છે કે યોગ્ય અને પોષણયુક્ત આહાર બધાં વિટામીન્સ પૂરાં પાડી શકે છે. અને એટલે જ પોષક આહારનું સ્થાન દવાની ગોળીઓ ક્યારેય ન લઈ શકે.

વધુ પડતા વિટામીનો ઘણી વખત શરીરમાં ઝેર પેદા કરે છે તો મોટાભાગનાં વિટામીન્સ મળમૂત્ર દ્વારા બહાર ફેંકાઈ જાય છે. લાંબા સમય સુધી વિટામીનો લેવામાં આવે તો લીવર, કીડની કે આંતરડાના રોગ થવાનો સંભવ રહે છે

.ઊંઘવા, જાગવા, સ્ફૂર્તિ કે તાકાત વધારવા, વજન વધારવા કે ઘટાડવા કે પછી અગાઉ લીધેલી ગોળીઓની આડઅસર મટાડવા માટે તમે જ્યા દાક્તરિ સલાહ નિ જરુર હોય ત્યા દાક્તરિ સલાહ ને અવગણસો નહિ.

6

નવરાત્રી એટલે ગુજરાતની અસ્મિતા, ઓળખાણ

ગરબો એટલે ગુજરાતનું ગૌરવ, ગુજરાતની ગરિમા, અસ્મિતા અને સમગ્ર વિશ્વમાં ગુજરાતીઓની ઓળખ. ગરબો એ ગુજરાતી પ્રજાની સંસ્કૃતિનું અભિન્ન અંગ છે.

કહેવાય છે કે દીપગર્ભો ઘટ: દીપગર્ભોમાંથી દીપ શબ્દનો લોપ થઇને ગર્ભો અને એમાંથી અપભ્રંશ થઇને એ ગરબો શબ્દથી ઓળખાતો થયો. ગર્ભમાં એટલે કે મધ્યમાં દીવાવાળા ઘડાને ચારેબાજુ છીદ્રો પડાવીએ એટલે ગરબો કહેવાય.

નવરાત્રિના પર્વમાં એ શક્તિ સ્વરૂપાના આહ્વાન અને સ્થાપન રૂપે ભક્તિનું કેન્દ્ર થઇ પૂજવા યોગ્ય બની જાય છે. ગરબામાં સ્ત્રીઓ વર્તુળાકારે તાલમાં તાળી દઇને રમે, કોઇ કોઇ વળી માથે દીવડાઓની માંડવડી મૂકીને ઘૂમે.

કહેવાય છે કે આવી જ રીતે પ્રાચીનકાળમાં તેનો પ્રારંભ થયો હતો. આમ, નાના નાના છીદ્રોવાળા માટીના ઘડામાં દીવડો પ્રગટાવીને માતાજીના સ્વરૂપે સ્થાપવામાં આવતી એક પરંપરા એટલે ગરબો. જાણે શરીર રૂપી ઘટમાં આત્મ રૂપી પ્રકાશથી ઝગમગતું ચૈતન્ય. ગરબાનું મૂળ ભગવાન શ્રીકૃષ્ણની રાસલીલામાં છે એમ માનવામાં આવે છે.

ભગવાન શ્રીકૃષ્ણનું એક નામ રાસેશ્વર છે. પૌરાણિક કથાઓ મુજબ શરદઋતુમાં ગોપીઓ શ્રીકૃષ્ણને રાસ રમવાની વિનંતી કરે છે ત્યારે રચાય છે તે હમચી હીંચ અને હમચી એ બન્ને નૃત્યના પ્રકાર છે. હમચી ખૂંદવી અને હીંચ

"

લેવી એટલે જેમાં પુરુષો અને સ્ત્રીઓ હાથની તાળીઓ અને પગના ઠેકા સાથે વર્તુળાકારે ઘૂમે છે.

રાસના ત્રણ ભેદ પણ છે... લતા રાસક બે-બેના યુગલમાં લતા અને વૃક્ષની જેમ વીંટળાઇને રચાતો રાસ દંડ રાસક કે જેને દાંડિયા રાસ કહે છે તે અને મંડલ રાસક જેને તાલી રાસક, તાલ રાસક કહે છે. તે ગરબા રૂપે અવતરીત થયો હોવાનું અનુમાન છે. આમ કૃષ્ણભક્તિ અને આઘશક્તિની આરાધનામાં ઘણું બધું સામ્ય છે.

ધર્મ બન્નેના કેન્દ્રમાં છે. વર્તુળાકારે સામૂહિક નૃત્ય પણ સમાન તત્વરૂપે છે.. લય, તાલ,સૂર, સંગીત અને નર્તનથી જીવનને ઉત્સવમય બનાવનારાં છે. ગરબામાં ભાર વિનાનું ચિંતનમોરના પીંછા જેવી હળવાશ છે, તો રાસમાં ગાયનમાં ઉછળતા થનગનાટ અને ચાપલ્યની વિશેષતા જોવા મળે છે. રાસ અને ગરબા બન્નેની સાથે સામાન્ય રીતે ઉલ્લાસ અને આનંદનું તત્વ સંકળાયેલું હોય છે. એક કલાસ્વરૂપે ગરબો "વાલ્યો વલી શકે" એવો કલા પ્રકાર છે.

જો ગરબો હિંચ કે ખેમટો રાગમાં હોય તો છ માત્રામાં, કેરવો હોય તો આઠ માત્રામાં ને દીપચંદી હોય તો ચૌદ માત્રામાં લેવામાં આવે છે. પહેલાં સારંગ, ભૈરવ કે મ્હાડ રાગ પર આધારીત ગરબાઓ વધારે ગવાતા હતા... હવે તો બધા જ રાગોમાં ગરબાનું સંગીત-નિયોજન થતું જોવા મળે છે. ગરબો એ સામૂહિક સાંસ્કૃતિક આનંદનું સવીત્તમ માધ્યમ છે.

એક એક ગુજરાતીને ગરબા સાથે શરીર અને પ્રાણ જેવો પ્રગાઢ સંબંધ છે. ગરબો એટલે તો જાણે જીવનની વસંત. ચૌવનની તાજગી આણી દેતો કલા અને ભક્તિનો સમન્વય...ગરબો આવી અનેક ઉપમાઓને તાદ્રશ કરતી, ગુજરાતીઓના ઉત્સાહને પોષનારી એમની પોતીકી કલા છે.. નવરાત્રિના ગરબા ગુજરાતે વિશ્વને આપેલી અમૂલ્ય સાંસ્કૃતિક ભેટ છે.

આજે અમદાવાદની પોળો ઉપરાંત ક્લબો, કોલેજ કેમ્પસો અને પાટીપ્લોટોમાં ગવાતા નવરાત્રિના ગરબાએ દેશ અને દુનિયામાં નામ રોશન કર્યું છે. ગરબા સાથે સમૂહ નૃત્ય, કંઠ અને વાઘ સંગીત, કવિતા, શબ્દ લાલીત્ય અને ખેલૈયાઓની સ્ટેપ્સ અને બોડી લેંગ્વેજની રીધમ સંકળાયા છે. ગરબા નેટવર્ક સાથે વલી ડ્રેસ ડિઝાઇનરો, ફોટોગ્રાફરો, વીડીયોગ્રાફરો, બ્યુટીશીયન્સ, ટી.વી. અને અખબારો તેમજ વલી ખાણીપીણી, સ્ટોલ્સવાળાઓ સંકળાયા છે..

૧૮૬૦ પહેલા ભદ્રકાળી માતાના મંદિર પાસે આવેલા ચોગાનમાં તથા પોળોના ઘરમાં ગરબા થતા પણ તે 'બેઠા ગરબા' હતા નવરાત્રિના જે જાહેર ગરબાની શરુઆત ૧૮૬૦ની આસપાસ 'ઘર ગરબા'થી થઈ હતી! માત્ર ત્રણ વાજિંત્રો હતા,. અમદાવાદની પોળોમાં જ નહીં, ઘરોમાં પણ ઢોલ, તંબુરો અને

મંજીરાના સાથમાં ઘર ગરબાહતા તે પહેલા ૧૮મા સૈકામાં ગરબાની શરૂઆત ભદ્રકાળી માતાના મંદિર પાસે આવેલા ચોગાનમાં 'ઘર ગરબા'ના સ્વરૂપમાં થઈ હતી. ત્

ચાર બાદ ૧૮૫૦ની આસપાસ પુરુષો ગોળગોળ ફરતા હતા, સ્ત્રીઓ નહી ૧૮૫૦માં છોકરીઓની શાળાઓ અને ૧૮૭૦માં ફીમેલ ટ્રેનિંગ કોલેજની સ્થાપના થઈ. આ રીતે શરુ થયેલા નવા એજ્યુકેશન પરિણામે દેસાઈની પોળ, લાખા પટેલની પોળ, વાઘેશ્વરની પોળ, માંડવીની પોળ, સાંકડી શેરી, દોશીવાડાની પોળ અને કત્તાશા પોળ જેવી પોળોમાં ચક્રાકારે ફરતા ગરબા શરૂ થયા.

વિદ્યાબહેન નીલકંઠે તેમના બાળપણના સ્મરણો વાગોળતા લખ્યું છે કે, તેઓ તેમના બહેન શારદાબહેન તથા માતા બાળાબહેન નવરાત્રીના ગરબા કુવાની પોળમાં તો ગાતા જ હતા લાખા પટેલની પોળમાં, આવેલા મોસાળમાં પણ જતા હતા જ્યાં દાદાજી ની છત્રછાયા હતી.

ભાલણ, કેશવદાસ અને દયારામના ગરબા- ગરબીઓ ગવાતા તે વખતે આજની જેમ ઝગારા મારતી વીજળી અને સાઉન્ડ એન્ડ લાઇટ ઇફેક્ટ નહોતી મીણબત્તી અને ફાનસના અજવાળે છોકરીઓ અને ઉંમરલાયક સ્ત્રીઓ ગોળ ફરતી હતી.

નવરાત્રી ઉત્સવ એટલે નવ રાતોનો મહોત્સવ, નવરાત્રી એટલે ગુજરાતની અસ્મિતા, ઓળખાણ. આ ઉત્સવ દરમ્યાન ગુજરાતીઓ શેરીઓમાં – પોળોમાં – મેદાનોમાં ગરબે ઘુમવા ઉમટી પડે છે.'જ્યાં જ્યાં વસે એક ગુજરાતી, ત્યાં ત્યાં સદા કાળ ગુજરાત' કવિની આ કાવ્ય પંક્તિને અનુરૂપ ફક્ત ગુજરાતમાં જ નહીં, પરંતુ જ્યાં જ્યાં ગુજરાતીઓ વસેલા છે, ત્યાં ત્યાં તેમણે આ ઉત્સવની મહેંક પહોંચાડી દીધી છે.

નવરાત્રી આદ્યશક્તિ મા અંબાની ઉપાસનામાં ઉજવવામાં આવે છે. માં આશાપુરા માતાનો મઢ કચ્છ ના કુળદેવી ની પદયાત્રા મા દેશ વિદેશ ના લોકો પગપાળા પોતાની માનતાઓ પુરી કરવાઆવે છે અને આમાં તેમની સેવામા નવે નવ દિવસ તમામ કોમ ના લોકો કોઇ નાત જાત ના ભેદ વગરપોતાનોયથાયોગ્ય ફાળો આપે છે.